a bilingual look and find book

I found it!

我找到了!

wǒ　　　zhǎo　　　dào　　　le

by Katrina Liu

Illustrations by
Anastasiya Klempach

For Mina

For a FREE audio reading and other bilingual books visit:

www.minalearnschinese.com

Follow us

@minalearnschinese

Also available in Simplified Chinese!
ISBN: 978-1-953281-16-6
Library of Congress Control Number: 2020915589

What's your favorite way to travel?

你最喜歡的旅行方式是什麼？

Nǐ zuì xǐ huān de lǚ xíng fāng shì shì shén me?

bus
公共汽車
gōng gòng qì chē

skateboard
滑板
huá bǎn

taxi
出租車
chū zū chē

luggage
行李
xíng lǐ

car
汽車
chē

cruise ship
游輪
yóu lún

airplane
飛機
fēi jī

bicycle
自行車
zì xíng chē

What's cooking in the kitchen? Can you find the healthy foods?

廚房裡有什麼菜？你能找到所有的健康食品嗎？

Chú fáng lǐ yǒu shén me cài? Nǐ néng zhǎo dào suǒ yǒu de jiàn kāng shí pǐn ma?

donut

甜甜圈

tián tián quān

salt

鹽

yán

sandwich

三明治

sān míng zhì

pear

梨子

lí zi

dishes
碗盤
wǎn pán

bread
麵包
miàn bāo

lemon
檸檬
níng méng

lettuce
生菜
shēng cài

What are your favorite things to do at the beach?

你最喜歡的海灘活動是什麼？

Nǐ zuì xǐ huān de hǎi tān huó dòng shì shén me?

sandals
涼鞋
liáng xié

crab
螃蟹
páng xiè

ice cream
冰淇淋
bīng qí lín

beach ball
沙灘球
shā tān qiú

seagull
海鷗
hǎi ōu

surfboard
衝浪板
chōng làng bǎn

sunglasses
太陽鏡
tài yáng jìng

sand bucket
沙桶
shā tǒng

Which planet do you live on?

你生活在哪個星球上？

Nǐ shēng huó zài nǎ ge xīng qiú shàng?

moon
月亮
yuè liàng

alien
外星人
wài xīng rén

planet
星球
xīng qiú

flag
旗子
qí zi

spacecraft
航天器
háng tiān qì

earth
地球
dì qiú

astronaut
太空人
tài kōng rén

comet
彗星
huì xīng

The person that lives here must love cats! How many cats can you find?

住在這裡的人一定很愛貓！你能找到幾隻貓？

Zhù zài zhè lǐ de rén yí dìng hěn ài māo! Nǐ néng zhǎo dào jǐ zhī māo?

fishbowl
魚缸
yú gāng

clock
時鐘
shí zhōng

chair
椅子
yǐ zi

teacup
茶杯
chá bēi

computer
電腦
diàn nǎo

backpack
背包
bēi bāo

book
書
shū

brush
梳子
shū zi

Can you find an animal that doesn't belong in the jungle?

你能找到不住在叢林裡的動物嗎？

Nǐ néng zhǎo dào bū zhù zài cóng lín lǐ de dòng wù ma?

giraffe
長頸鹿
cháng jǐng lù

zebra
斑馬
bān mǎ

tent
帳篷
zhàng péng

rhino
犀牛
xī niú

binoculars
望遠鏡
wàng yuǎn jìng

lion
獅子
shī zi

map
地圖
dì tú

elephant
大象
dà xiàng

How many fish can you find in the sea?

你在海裡能找到多少魚？

Nǐ zài hǎi lǐ néng zhǎo dào duō shǎo yú?

shark
鯊魚

shā yú

treasure chest
百寶箱

bǎi bǎo xiāng

mermaid
美人魚

měi rén yú

shell
貝殼

bèi ké

starfish

海星

hǎi xīng

boat anchor

船錨

chuán máo

submarine

潛艇

qián tǐng

sea turtle

海龜

hǎi guī

This looks like a dream!
這看起來像是一個夢境！你夢見了什麼？
Zhè kàn qǐ lái xiàng shì yí gè mèng jìng!

What do you dream about?
Nǐ mèng jiàn le shén me?

butterfly
蝴蝶
hú dié

pig
豬
zhū

chicken
雞
jī

alligator
鱷魚
è yú

unicorn
獨角獸
dú jiǎo shòu

horse
馬
mǎ

dinosaur
恐龍
kǒng lóng

rainbow
彩虹
cǎi hóng

Magic potions are brewing! What magical powers do you wish you had?

魔法藥水正在醞釀中！你希望擁有哪些魔力？

Mó fǎ yào shuǐ zhèng zài yùn niàng zhōng! Nǐ xī wàng yōng yǒu nǎ xiē mó lì?

witch hat
女巫帽
nǚ wū mào

frog
青蛙
qīng wā

bat
蝙蝠
biān fú

magic wand
魔法棒
mó fǎ bàng

Did you know that hot air rises? That's how hot air balloons can float in the sky.

你知道熱氣會上昇嗎？ 這樣熱氣球才能飄在天上。

Nǐ zhī dào rè qì huì shàng shēng ma? Zhè yàng rè qì qiú cái néng piāo zài tiān shàng.

mouse	heart	duck	tiger
老鼠	心	鴨子	老虎
lǎo shǔ	xīn	yā zi	lǎo hǔ

cloud
雲
yún

 raccoon
浣熊
huàn xióng

 stars
星星
xīng xing

 fox
狐狸
hú lí

It's winter and snowing! What's your favorite season?

冬天來了，下雪了！你最喜歡的季節是哪一個

Dōng tiān lái le, xià xuě le! Nǐ zuì xǐ huān de jì jié shì nǎ yī ge?

mitten
手套
shǒu tào

santa
聖誕老人
shèng dàn lǎo rén

christmas tree
聖誕樹
shèng dàn shù

ice skates
溜冰鞋
liū bīng xié

polar bear
北極熊
běi jí xióng

reindeer
馴鹿
xùn lù

snowman
雪人
xuě rén

candy canes
拐杖糖
guǎi zhàng táng

Today is Bear's birthday! When is your birthday?

今天是熊的生日！你的生日是什麼時候？

Jīn tiān shì xióng de shēng rì! Nǐ de shēng rì shì shén me shí hòu?

party hat
派對帽
pài duì mào

cupcake
紙杯蛋糕
zhǐ bēi dàn gāo

candle
蠟燭
là zhú

flowers
花
huā

balloon
氣球
qì qiú

teddy bear
泰迪熊
tài dí xióng

bow
蝴蝶結
hú dié jié

gift
禮物
lǐ wù

CPSIA information can be obtained
at www.ICGtesting.com
Printed in the USA
BVHW021056210122
626778BV00002B/5

9 781953 2811